SOUTH AUSTRALIA
MACDONNELL RANGES
HARTS RANGE
Papunya Native Settlement
Derwent
Narwietooma
Mt Zeil
Glen Helen
Haasts Bluff Native Settlement
Hamilton Downs
Yambah
The Garden
Mount Riddock
Claraville
Bond Springs
Alice Springs
Ross River
Ringwood
Jay Ck Native Sett
Hermannsburg Mission
Mereenie
Areyonga Native Settlement
PALM VALLEY NAT PARK
Santa Teresa Mission
Renners Rock
L Neale
L Amadeus
Henbury
Palmer Valley
The Palmer
The Hugh
Hale R
Plenty R
Hay R
PETERMANN RANGES
AYERS ROCK—MT OLGA NAT PARK
Mt Olga
AYERS ROCK
Curtin Springs
Mt Ebenezer
Erldunda
SIMPSON DESERT
Kulgera
Mulga Park
Mt Cavenagh
MUSGRAVE RANGES
Ernabella Mission
Mt Woodroffe
Tieyon
Agnes Ck
TONE RANGE
The Hamilton
The Stevenson
The Alberga
Granite Downs
Everard Park
EVERARD RANGES
297
Welbourn Hill
The Officer
Macumba
The Macumba
Oodnadatta
DESERT
Mt Willoughby
Arckaringa
The Cowarie
Lake Eyre (North)
L Meramangye
Serpentine Lakes
280
Mabel Creek
Opal Fields
Coober Pedy
William Creek
L Cadibarrawirracanna
STUART RANGE
Wyola Lake
L Dey-Dey
L Maurice
Wilkinson Lakes
Ingomar
Lake Eyre (South)
Coward Springs
Mulgaraina
Stuart Creek
Marree
The Twins
McDouall Peak
Commonwealth Hill
Millers Creek
177
Bulgunnia
Mount Eba
Andamooka Opal Field
Maralinga
Mulgathing
Yarle Lakes
PLAIN
Bon Bon
Parakylia
239
Ooldea
Barton
Wynbring
L Labyrinth
Mount Vivian
Roxby Downs
RAILWAY
Malbooma
Tarcoola
Kingoonya
Andamooka
Ifould Lake
Lake Everard
Arcoona
Lake Torrens
Parachilna
318
L Hart
Woomera
Kokatha
Lake Gairdner
Island Lagoon
Koonalda
Nullarbor
Ivy Tanks
Yalata Mission
Colona
209
YUMBARRA NAT PARK
Eucla
Wilson Bluff
Head of Bight
Fundroo
Penong
Lake Everard
Mahanewo
Koonibba
Fowlers Bay
Bookabie
Pt Fowler
Ceduna
Moonaree
Thevenard
Pt Bell
Hiltaba
L Acraman
Yudnapinna
Smoky Bay
Wirrulla
Quorn
Nuyts Archipelago
Streaky Bay
Nonning
PORT AUGUSTA
EYRE
Wilmington
C Bauer
Poochera
L Gilles
Iron Knob
Streaky Bay
Minnipa
Buckleboo
292
Port Kenny
HWY
Kimba
WHYALLA
C Radstock
257
Kyancutta
HAMBIDGE NAT PARK
Mt Middleback
Port Pirie
Gladstone

ॲशले, मार्कस, निक्की, अली आणि लाइनजवळ राहणाऱ्या बाकी सर्वांना,
नि अल्फ हॅरीसच्या स्मृतीला....

चहा साखरेचा नाताळ

मूळ लेखक - जेन जॉली
चित्रकार - रॉबर्ट इंगपेन

अनुवाद - मालविका आमडेकर

मेहता पब्लिशिंग हाऊस

TEA AND SUGAR CHRISTMAS by Jane Jolly and Robert Ingpen

Published by the National Library of Australia
Canberra ACT 2600

Translated into Marathi Language by Malvika Amdekar

Year of Publication : March, 2018

चहा साखरेचा नाताळ / बालसाहित्य

अनुवाद : मालविका आमडेकर,
१९, रेश्मा रेसिडेन्सी, लोकमान्य कॉलनी, पुणे ४११०३८.
Email : malvika.amdekar@gmail.com

प्रकाशक : सुनील अनिल मेहता
मेहता पब्लिशिंग हाऊस, १९४१, सदाशिव पेठ,
माडीवाले कॉलनी, पुणे ४११०३०. फोन : ०२०-२४४७६९२४
Email : info@mehtapublishinghouse.com
Website : www.mehtapublishinghouse.com

मुद्रक : स्पेक्ट्रम ऑफसेट, डी-२/४, सत्यम इस्टेट,
सीडीएसएसच्या मागे, एरंडवणे, पुणे ४११००४.

प्रथमावृत्ती : मार्च, २०१८

किंमत : ₹ ७०

ISBN 9789387789333

Tea

कॅथलीननं साखरेच्या डब्यात डोकावून पाहिलं. तिचा हिरमुसलेला चेहरा एकदम आवळला गेला. साखरेचा एकही कण त्यात नव्हता. याचा अर्थ गुरुवारपर्यंत तिला थांबावं लागणार होतं.

'चहा कुठे आहे?' बाबांनी विचारलं.

'काहीच शिल्लक नाहीए,' आई म्हणाली. 'तुम्हाला गुरुवारपर्यंत थांबावं लागणार आहे.'

कॅथलीन बाबांकडे पाहून हसली आणि म्हणाली, 'तुम्ही किनई, पुढच्या वेळी सरळ मोठ्ठं पाकीट घ्या चांगलं.'

‘आपण सगळंच साठवूया ना,’ बाबा डोळे मिचकावत म्हणाले. ‘खास करून नाताळकरता.’

चहा आणि साखरेची ट्रेन फक्त गुरुवारी यायची. पण नाताळची खास ट्रेन वर्षातून फक्त एकदाच यायची.

आज होता रविवार.

म्हणजे, साखरेशिवाय आणखी चार दिवस घालवायचे होते.

नाताळची ट्रेन यायलाही आणखी चार दिवस होते. ‘प्लीज गं, प्लीज, लवकर वेळेवर ये, उशीर नको करूस.’

कॅथलीनला धीरच धरता आला नाही. ती थेट पळत सुटली. घरामागच्या टेकडीवर ती सरसर चढत गेली. तिनं श्वास रोखला आणि ती कान देऊन ऐकायला लागली. फक्त एक रातकिडा तेवढा ओरडला...क्रिक क्रिक क्रिक.

पुढचे काही दिवस असेच सरकत गेले. आजूबाजूच्या वाळवंटातून गरम हवा वहायची आणि मग ती सगळीकडे तशीच भरून रहायची. वहात वहात ती गरम हवा दारातून आणि खिडक्यांमधून घरांमध्ये शिरायची.

गुरुवारी शाळेला सुट्टी होती. दुपारी कॅथलीन पुन्हा टेकडी चढून गेली. समोर पसरलेल्या रिकाम्या वाळवंटाकडे टक लावून पहात राहिली.

वारा अगदी पडलेला होता. तिच्या चेहऱ्यावरून घामाचा एक थेंब टपकला. तिच्या तोंडाशी तो थेंब येताच तिला खारट चव जाणवली. दूरवर चमकणारे रेल्वेचे रूळ दिसत होते. ती अगदी कान टवकारून ऐकत होती. चंदेरी घंटांचा आवाज होता का तो? तिनं डोळे बारीक करून डोळ्यांच्या कोपऱ्यातून पाहिलं. तिला एक दिवा दिसला. होय, होय, ती येत होती...नक्कीच ट्रेन यायला लागली होती...ती ट्रेन अगदी सावकाशपणे रेल्वेच्या रुळावरून सरपटत गावाकडे येत होती.

कॅथलीन सरसर घसरत टेकडीवरून खाली उतरली आणि आळसटलेल्या गावातून पळत सुटली. ती पळतच घरात घुसली.

'आली, आली!' ती जोरात ओरडली.

बाबांनी पाहिलं आणि त्यांच्याही डोळ्यात आनंद झगमगायला लागला.

'काय गं, पोरी, कोण आली म्हणे?'

'तुम्हाला माहीत आहे बाबा. चला ना, लवकर. जाऊया आपण.'

'चला, आता मिळणार बाई एकदाचा चहा आणि साखर,' आई म्हणाली.

कॅथलीन ढकलगाडी घेऊन पळायला लागली. शेगडीच्या जाळीवर तडतडणाऱ्या मक्याच्या पॅटीससारखे तिचे पाय गरम वाटेवर चटचटत होते. ट्रेन बाजूला येऊन वेग कमी करत थांबायला लागल्यावर कॅथलीनला करकर आवाज ऐकायला आला. ती पळत असताना गावातले बाकीचे लोकही मोठ्या आनंदानं आरोळ्या ठोकत, एकमेकांना हाका मारत आपापल्या घरांमधून पळत यायला निघाले होते.

ट्रेन जवळ येताच कॅथलीन थांबली. गरम तेल आणि घासणाऱ्या धातूचा वास हवेत पसरला. कॅथलीनचा घसा सुकला होता. तिचा नवीन फ्रॉक घामानं भिजून निथळत होता. आई आणि बाबा पाठीमागून आले आणि काळ्या मिरीच्या झाडाखाली, सावलीत उभे राहिले. मुलांनी आधीच सजवून ठेवलेलं ख्रिसमसचं झाड उन्हात मरगळल्यासारखं उभं होतं.

ट्रेन आता क्लंक क्लंक आवाज करत एका जागी उभी रहात होती. कितीतरी गार्ड भाव खात मोठ्या रुबाबात ट्रेनच्या डब्यांमधून खाली-वर उड्या मारत धावपळ करत होते.

सगळेजण वाट पहात थांबून राहिलेले होते. दूरवर एक कावळा कंटाळवाण्या आवाजात काव-काव करत होता. काव, काव, काऽऽऽव... मग तो उडून एका तारेच्या खांबावर बसला आणि समोरचं सगळं पहात राहिला.

कॅथलीन ढकलगाडीला सोडून पुढे गेली. ती डोळे मोठ्ठे करून पहात होती. एक गार्ड रुळावरून आरामात फिरत होता. कॅथलीन श्वास रोखून उभी होती. तो जवळ आला आणि त्यानं गाडीचं दार उघडायचा प्रयत्न केला.

आधी ते दार अडकलं आणि कॅथलीननं उसासा टाकला. मग त्यानं जोर केल्यावर ते उघडलं एकदाचं.

WELFARE CAR

CR
PROVISION STORE

FLOUR

BUTCHER

C R

कॅथलीननं त्यांना पाहिलं आणि ती आनंदानं किंचाळलीच.

नाताळात मुलांना भेटायला येणारे काका होते आत....सँटाक्लॉज काका....

त्यांची दाढी पांढरीशुभ्र होती आणि त्यांचे कपडे मात्र अगदी लालचुटूक होते. ते अगदी चित्रातल्यासारखे दिसत होते. पण आता ते अगदी समोर येऊन उभे होते. खरे-खुरे. त्या मोठ्या वाळवंटाच्या मध्यभागी.

गार्डनी आगगाडीसमोरच्या पायऱ्या उघडल्या. एकामागून एक मुलं पुढे येत होती आणि सँटा काकांच्या कानात आपल्याला हवी ती गंमत सांगत होती. आपली भेट हातात घट्ट धरून ती मुलं सावकाशपणे सांभाळून खाली उतरत होती.

आता कॅथलीनची पाळी होती. ती कधीपासून या क्षणाची वाट पहात होती. तिला तर स्वप्नसुद्धा पडलेलं होतं. आता अखेरीस ती खरंच त्या सँटा काकांच्या समोर येऊन उभी राहिलेली होती. तिच्या छातीत धडधडत होतं.

सँटा काकांचे हसरे डोळे चमकले. मग ते खोडकरपणे हसत म्हणाले, ‘काय गं, चिमुरडे, तुला काय हवी नाताळची भेट?’

कॅथलीननं काहीतरी बोलायचा प्रयत्न केला. पण तिला काही बोलताच येईना, ती नुसतीच त्यांच्याकडे पहात राहिली.

‘मग...तुझी काहीतरी आवडती वस्तू नक्कीच असेल की,’ ते म्हणाले.

तिनं विचार करत ओठांवरून जीभ फिरवली आणि म्हणाली, ‘प्लीज, मला एक भेट हवी आहे.’ त्यांनी मोठ्या आवाजात, ‘हॉऽ हॉऽ हॉऽ’ असं म्हणताच तिनं आनंदानं उडीच मारली. काकांनी तिच्या हातात एक पुडकं ठेवलं. ‘नाताळच्या खूप खूप शुभेच्छा, छोटुकली!’ मग तिच्या बाबांनी तिला उचलून खाली घेतलं, तेव्हा मात्र ती लाल लाल कपडे घातलेल्या सँटा काकांकडेच पहात राहिली होती.

मग कॅथलीन सावलीत बसली. आपल्या हातातलं पुडकं तिनं काळजीपूर्वक उघडलं. तिला आत एक पुस्तक दिसताच ती आनंदानं ओरडली. पुस्तक चाळून पहायला लागल्यावर तिचे डोळे पुस्तकाच्या पानांवरून हलेचनात.

TEA

CR
PRICE

सगळ्यांची खरेदी करून झाल्यावर आगगाडीचे दरवाजे बंद करण्यात आले. आगगाडीच्या शिट्टीचा मोठ्ठा आवाज झाला. कावळ्यानं उसासा टाकल्यासारखं काव केलं आणि तो तिथून उडून गेला. कॅथलीन आगगाडीच्या रुळाशेजारी हातात पुस्तक घट्ट धरून उभी होती. मग तिनंही उसासा टाकला. सगळं संपलं. आगगाडीला हळूहळू लांब जाताना ती पहात राहिली. धातू धातूवर घसपटत असतानाचा आवाज येत होता. आगगाडी सावकाशपणे कर्कश्श आवाज काढत सरपटत गावाबाहेर निघून गेली. झुडपांच्या आडून आणि वाकलेल्या बाभळीच्या झाडामागून दूर दूर सरकत आगगाडी दिसेनाशी झाली.

घरी पोचताच आईनं चहासाठी किटली ठेवली. बाबा चहाचं पाकीट हलवत आत आले. कॅथलीन साखर शोधायला लागली. पण ती सापडलीच नाही. कारण उत्साहाच्या भरात साखर विकत घ्यायला ते विसरूनच गेले होते.

'असू देत, काही हरकत नाही,' बाबा म्हणाले. 'नाताळ आहे!' आणि मग त्यांनी कॅथलीनला उचलून स्वयंपाकघरभर फिरवलं.

चहा आणि साखरेची आगगाडी

१९१५ पासून ते १९९६ पर्यंत गेली ८१ वर्षं चहा आणि साखरेची आगगाडी आठवड्यातून एकदा पोर्ट ऑगस्टापासून ते कालगूर्ली पर्यंतचा प्रवास करत होती. तिचं दुसरं नाव होतं स्लो मिक्स्ड गूड्स ट्रेन नं. ५२०५. ती नुल्लरबोर पठारला लागून असलेल्या वसाहतींपर्यंत सुविधा पुरवायची. हा १०५० किमी. लांबीचा रेल्वेमार्ग होता. ती जणू काही जीवनरेखाच होती लोकांची. महत्त्वाच्या सेवा-सुविधा तर ती घेऊन यायचीच, पण त्याचबरोबर वेगळं राहणाऱ्या कामगारांसाठी आणि त्यांच्या कुटुंबियांसाठी ती वृत्तपत्रं आणि पुस्तकांच्या माध्यमातून जगातल्या बातम्या घेऊन यायची. फार काय, आगगाडीतले कर्मचारी आणखी जादाची माहितीही लोकांना पुरवत असत. उदाहरणार्थ, जन्म, लग्नं, घटस्फोट आणि मरणाच्या बातम्या. दुसरं महायुद्ध संपल्यानंतर स्थलांतरित झालेले बरेच एकेकटे लोक संपूर्ण युरोपातून ऑस्ट्रेलियात रहायला आले. यातले बरेच लोक देखभालीचे कर्मचारी म्हणून आणि मजुरांच्या गटांचे मुख्य ठेकेदार म्हणून पूर्व-पश्चिम लाईनवर काम करायला लागले होते. बऱ्याचदा हे लोक रेल्वे कँपमध्ये किंवा लोखंडी घरांमध्ये, रेल्वे लाईनजवळच्या छोट्या वसाहतींमध्ये रहायचे. ॲबोरीजनल आणि अफगाणी कामगारांचाही लाईनच्या बांधकामात आणि देखभालीत मोठा सहभाग होता.

या वसाहतीजवळ कुठलंही दुकान किंवा सेवा-सुविधा नव्हत्या. लोकांना लागणाऱ्या सगळ्या वस्तू आगगाडी घेऊन यायची - घरगुती सामान, किराणामाल, फळं, भाज्या, खाटकाची गाडी, बँकेतल्या सुविधा आणि एकदा तर सिनेमा दाखवणारी गाडीसुद्धा आली होती. महिन्यातून एकदा एक पाद्रीबुवाही आगगाडीतून येत असत. ते सर्वांना भेटायचे, लग्नं लावून द्यायचे, बाप्तिस्मा द्यायचे किंवा गरज पडली तर एखाद्या मृत माणसाला दफनही करायचे. १९७०च्या अखेरीस फ्लिंडर्स मेडिकल सेंटरकडून वैद्यकीय सेवा-सुविधा पुरवल्या जायच्या. त्यांच्या सोबत एक नर्स आणि एक मदतनीस नेहमी असायचा, तसंच, वैद्यकीय अधिकारी आणि दातांचे डॉक्टरही ठराविक वेळी यायचे.

आगगाडीची वाट पहात थांबलेल्या लोकांना ती लांबूनच येताना दिसायची. पुरुष दाढी करायचे आणि बायका आगगाडीचं स्वागत करण्यासाठी नवे कपडे घालून नट्टापट्टा करायच्या. यावरूनच आगगाडी आल्यावर त्यांना किती आनंद होत असेल याचा नुसता विचार करून पहा.

आपली काही खास मागणी असेल तर कुटुंबं आधीच कळवून ठेवत असत. त्यांचं ते सामान प्रोव्हिजन व्हॅनमध्ये नीट बांधून ठेवलेलं असायचं. या ग्राहकांसाठी कुठल्याही मोठ्या दुकानांसारख्या ट्रॉल्या नसायच्या. खरेदी केलेलं सामान ते आपल्याच ढकलगाडीतून घरी नेत असत.

दर आठवड्याला ताजं मांस ऑर्डर केलं जायचं. जनावरं गाडीतूनच आणली जायची. सोबत कत्तलखान्याची एक व्हॅन असायची. आगगाडी जवळ आली की मांसाच्या ऑर्डर्स घेतल्या जायच्या. मग त्यानुसार खाटीक प्राणी निवडत. मग आगगाडी थांबलेली असेपर्यंत मांस काढून, आतडी बाहेर काढून त्यांची कातडीही काढून टाकलेली असायची. मग ती ऑर्डरप्रमाणे रचून ठेवली जायची. १९८२ मध्ये खाटकाची गाडी बंद करण्यात आली. त्यानंतर आधीच पॅक केलेलं मांस मिळायला लागलं.

समाज कल्याणच्या गाडीत लहान बाळांचं वजन, त्यांची तपासणी आणि मुलांचं लसीकरण केलं जायचं. मोठी माणसं नर्सचा सल्ला घ्यायची. हे सगळं घडत असताना फक्त रांगेत उभं राहून आपली पाळी येण्याची वाट पहावी लागत असे. बायकांना सुप्रसिद्ध लोकांविषयीच्या नवनवीन खमंग आणि चमचमीत बातम्या कळाव्यात याकरता मासिकं उपलब्ध करुन दिली जायची. ही मासिकं पोर्ट ऑगस्टाच्या रहिवाश्यांनी दान म्हणून दिलेली असायची. नंतरच्या काही वर्षांमध्ये समाज कल्याणच्या गाडीत एक दातांच्या डॉक्टरांचा दवाखाना आणि खेळांची लायब्ररीपण होती.

मिसेस हॅरिस यांना सॉसेजेसची वाट बघत उभं राहताना गप्पा मारायला आवडतं.

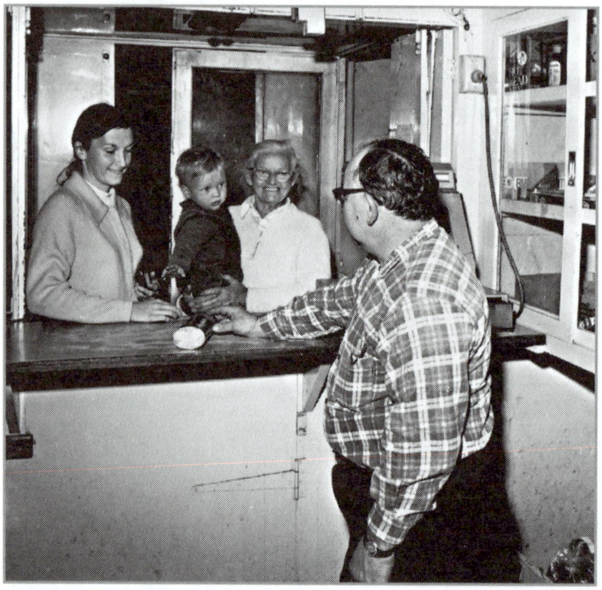

बिस्किटं पाहून टॉमीला अगदी रहावत नसे.

म्हाताऱ्या ब्लुईला वाटतं की त्या ढकलगाडीत कुत्र्यांसाठी खाऊ ठेवलेला आहे.

या आठवड्यासाठी इतकंच. आशा आहे की आपण काही विसरलेलो नसू.

प्रोव्हिजन कारमध्ये सगळ्या गरजेच्या वस्तू असायच्या. कपडे धुण्याच्या सामानापासून बाळांच्या सामानापर्यंत, पाळीव प्राण्यांसाठीच्या सामानापासून बायकांच्या नायलॉनच्या कपड्यांपर्यंत आणि अर्थातच चहा नि साखर! तरीही चॉकलेट फक्त थंडीच्या मोसमातच आणलं जायचं, कारण उन्हाळ्याच्या दिवसात गरमीमुळे ते वितळून जायचं.

बँकेची गाडी कामगारांकरता पेमास्टर म्हणून काम करत असे आणि काही वेळा पोस्ट ऑफिस म्हणूनही.

लहान मुलांसाठी सर्वांत आनंदाचा दिवस असायचा नाताळच्या आधीचा डिसेंबरमधला पहिला गुरुवार. तेव्हा सँटा काका यायचे आणि ते सगळ्या मुलांना भेटवस्तू द्यायचे; अगदी आगगाडीच्या कामगारांना, वेगळं राहणाऱ्यांना आणि स्टेशनवरच्या पोरासोरांनाही. एकाही मुलाला ते सोडून देत नसत.

गेली ३६ वर्षं अल्फ हॅरिस हे आगगाडीचे निरीक्षक म्हणून काम करत होते. ते सँटा काकांचे जानी दोस्तच होते अगदी. त्यांची बायको, नॅन्सी हॅरिस तर या

पटपट ये गं, आगगाडी.

वर्षातला सर्वात भारी दिवस.

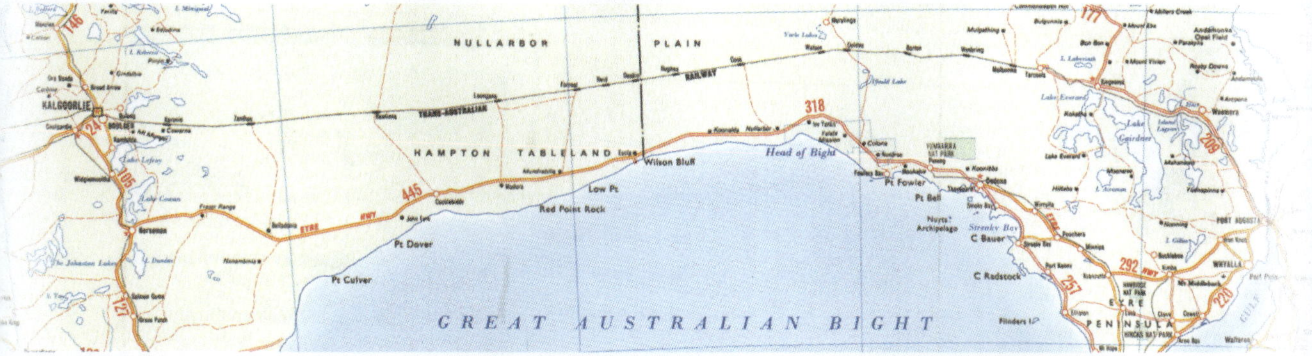

सगळ्याला ‘त्यांच्या आयुष्यातला आनंद’ म्हणायची. मुलं छान छान कपडे घालून सँटा काकांना भेटायला यायची. मग सगळ्या मुलांकडे गोळ्या, सरबत, कॉमिक्स आणि छानशा भेटी असायच्या.

नुल्लरबोरजवळ पाणीपुरवठ्याची कमतरता असल्यामुळे शेवटच्या वाफेच्या इंजिनाच्या गाड्या १९५० पर्यंत धावल्या. त्यानंतर त्यांची जागा डिझेल इंजिन्सनी घेतली. आता त्यांना पाणी आणि कोळशासाठी थांबावं लागत नव्हतं.

काँक्रिट स्लीपर्सचाही शोध लागल्यामुळे त्यांना बादलीची आणि देखभालीची गरज पडेनाशी झाली. हळूहळू आधीच लहान असलेल्या त्या वसाहती आणखी लहान होत गेल्या आणि मग गायबच होऊन गेल्या. चहा आणि साखरेची शेवटची आगगाडी ३० ऑगस्ट १९९६ या दिवशी धावली.

प्रोव्हिजन स्टोअरमधले आमचे आवडते खाद्य पदार्थ.